माझं स्वप्न

MY DREAM

लक्ष्मी पांडुरंग रोकडे(आदलिंगे)

लेखणी, कागद, पेन
" माझं स्वप्न"
* लक्ष्मी रोकडे (आदलिंगे)
दहिवडी, तुळजापूर
जि.उस्मानाबाद .४१३६०१
मो. नं : ८८०५३००९३०
Inta ID :@aajinkeraaje

प्रकाशक:
रोहिणी दत्तात्रय डाके (आदलिंगे)

मनस्पर्श पब्लिकेशन
ध्यास स्वप्नांचा साहित्य कला मंच ,तुळजापूर ४१३६०१
मो. नं :७२१९३३८०७२
e-mail: rohinidake1999@gmail.com
Inta ID :@_kavita_aani_man

आवर्ती : पहिली, फेब्रुवारी २०२३
निर्मिती : मनस्पर्श पब्लिकेशन
मुद्रक :

मूल्य :
ISBN :

या पुस्तकातील कोणताही मजकूर ,पुन: प्रकाशित अथवा
संग्रहित करण्यासाठी लेखकाची आणि प्रकाशकाची परवानगी घेणे

आवश्यक आहे.

अनुक्रमणिका

अनुक्रमणिका

प्रस्तावना

मी लक्ष्मी पांडुरंग रोकडे(आदलिंगे)

माझं जन्मगाव : मोरवंचीप (पो. शिरापूर)

तालुका : मोहोळ जिल्हा : सोलापूर

लग्न होऊन मी दहिवडी या गावी स्थायिक झाले.

तालुका : तुळजापूर जिल्हा : उस्मानाबाद(धाराशिव)

लहानपणापासूनच कवितेचा निसर्गाची आवड आणि छंद असल्यामुळे या गोष्टी अस्तित्वात आणल्या.

काही कविता स्वतःच्या अनुभवलेल्या प्रवासातून सुचविले आहेत. अशा काही कवितेच्या ओळी हृदयाला भिडणाऱ्या आहेत. मी नाही तर माझ्या कविता तुमच्याशी बोलण्याचा प्रयत्न करतील या पुस्तकातील वाचकांना नक्की आवडतील मला अशी खात्री आहे.

हे काव्यसंग्रह प्रकाशित करणारे रोहिणी डाके(आदलिंगे) हिचे मी मनापासून आभार मानते आणि माझे वडील(पांडुरंग अंबादास रोकडे) यांनी मला खूप सपोर्ट केला माझं स्वप्न पूर्ण करायला.Mr. मल्लिनाथ सद्गुरु आदलिंगे यांच्यासाठी तर सप्राईजच आहे. त्यांनीही मला कधी अडवलं नाही की तू हे करू नको ते करू नको असं कधी म्हणले नाही स्वतःचा आयुष्यमान सक्त जगायला कधीच मनाई केली नाही. त्यांचीही मनापासून आभार मानते ज्यांनी कळत नकळत मला प्रोत्साहन केली त्यांचे पण मनापासून आभार.

धन्यवाद.....!!!

Enter Caption

नांदी, प्रस्तावना

कविता म्हणजे शब्दांना शब्द जोडून जी कविता तयार होते.

सुन्या सुन्या मैफलीत माझ्या अंधार दाटला होता.....

भूतकाळातील आठवणींना आणि भविष्यकाळात आणायला तुझी आठवण म्हणजे कविता, सदैव दरवळत राहणारी, तशीच हवीहवीशी वाटणारी, स्वप्न जुळवणारी,

अन स्वप्नात राहणारी, बदलता काळ वर्तमान काळ यातून काही अपूर्ण गोष्टी पूर्ण करण पूर्ण गोष्टींना शब्दनी शब्द जोडून एक स्वरूप देणं...मी गृहिणी आहे तसंच घरबसल्या मशीन काम करते लेखन काम करत करत कवितेचा प्रवास सुरू केला इतका छंद लागला कवितेचा तो मनापासून करावासा वाटला हा माझा प्रवास माझं स्वप्न या पुस्तकाद्वारे आपल्यापर्यंत पोहोचण्याचा प्रयत्न केला...!!

माझ्या कविता हे मी सुरू केलेल्या प्रवासातून व्यक्त करणार आहे. आयुष्य जगत असताना प्रत्येक जण अनुभवातून काही ना काही शिकत असतो.

आपलं आयुष्य घडवण्याचा प्रयत्न करत असतो. माझं पण काही तसंच आहे .(माझं स्वप्न) शब्दाला शब्द जोडून सूर तयार होतो तसंच शब्द जोडता जोडता कविता तयार होते. मला शाळेत नववीला होते तेव्हापासून कविता लिहायला सुरू केली होती माझी पहिली कविता.

साधावा कधी कधी

एक संवाद

स्वतःचा

स्वतःशीच

अन

निरखून पहावं

डोळ्यांनी

स्वतःलाच कधी कधी

उगाच वाहत राहू नये निसतच

वेडालावलेल्या नदीसारखं

किनारा होऊन आपणच

तिलाही द्यावा आधार कधीकधी.....!

नुसतं माझं स्वप्न बघून शांत बसणार नाही ते पूर्ण करायची जिद्द मी सत्यात उतरल्याशिवाय राहणार नाही....!

हे माझं स्वप्न आत्तापर्यंत बघत आलेले ह्या चार ओळी मी माझ्या नजरेसमोर कायम ठेवत आले. सुरुवात केली मी माझं स्वप्न पूर्ण करायला पण सपोर्ट कोणाचा नव्हता. वही पेन घेतले की सगळे म्हणायचे मला हिला काय नोकरी लागणार आहे का?

सारखं मोबाईल घेते.

काहीतरी फालतू पोस्ट करत बसते.

जे लोक मला असं बोलले त्यांच्यासाठी मला काहीतरी करून दाखवायचे की माझी जिद्द आहे.

मला पहिलं प्रमाणपत्र मिळाले ते मी माझ्या वडिलांना सांगितलं की मला माझ्या आयुष्यात काहीतरी करायची संधी भेटते हे मी माझ्या वडिलांना सांगितलं वडिलांना पण ते सांगितल्यानंतर खूप आनंद झाला त्यांनी मला परवानगी दिली वडिलांचा ह्याच्यासाठी खूप सपोर्ट होता मला माझ्या वडिलांचे नाव(पांडुरंग अंबादास रोकडे) एक दिवस तुझं पुस्तक नक्की होईल असं ते म्हणाले या विचाराने मी अजून लिहीत गेले माझा लहान भाऊ (रुपेश पांडुरंग रोकडे) यांनी पण मला खूप सपोर्ट केला माझ्या मिस्टरांना कवितेबद्दल माझ्या स्वप्ना बद्दल मी आणखी काहीही सांगितलेलं नाहीये. जेव्हा माझं स्वप्न पूर्ण होईल तेव्हा त्यांच्या चेहऱ्यावरचा आनंद बघायचा आहे Mr (मल्लिनाथ सद्गुरु आदलिंगे)

माझा लहानपणीपासून चा प्रवास खूप छान झाला मी लहानाची मोठी मामाच्या इथेच झाले माझे मामा खूप प्रेमळ स्वभावाचे आहेत मला तीन मामा आहेत तीन मामी पण आहेत आई-वडिलांपेक्षा जास्त मला जीव त्यांनी लावला ..

माहेर (मोरवंची) सासर (दहिवडी) मला एकच गोष्टीचं वाईट वाटतं लग्न झाल्यावर माझ्या इच्छा माझं स्वप्न अर्धवट राहिलं होतं ते स्वप्न मी रोहिणीच्या डोळ्यात पहिल्यांदा पाहिलं तेव्हा ठरवलं की माझं पण स्वप्न मी पूर्ण करणारच.

तशी सासरची पण माणसं खूप प्रेम त्यांनी पण मला खूप सपोर्ट केले माझे सासरे पण खूप चांगले होते कधी मला सोन्येसारखं वागवलं नाही(सद्गुरु भीमा आदलिंगे) माझी सासू(इंदुबाई सद्गुरु

आदलिंगे) तसंच माझा मोठा भाऊ खूप रागीट आहे पण प्रेम खूप करतो पण कधी दाखवत नाही आमच्या दोघांचं कधी पटतच नाही पण तो कधी बोलून दाखवतच नाही(भरत पांडुरंग रोकडे).. यांचेही विचार बदला कविता माझी सरळ आणि सोप्या भाषेत आहे. परंतु मला माझे विचार मांडण्याची संधी पुस्तकामार्फत का होईना लोकांशी संवाद साधता आला. मला एक वेगळा अनुभव मिळाला. ज्यांना वाटायचं सारखं त्यांच्या डोळ्यात खटकायचे मी त्यांना वाटायचं की मी काही करू शकत सारखे मला नाव ठेवायचे म्हणून मी माझं स्वप्न पूर्ण करू शकले तर त्यांची मनापासून आभार..

आणि हे पुस्तक आपल्यापर्यंत पोहोचवणाऱ्या रोहिणी डाके(आदलिंगे) मी हिचे मनापासून आभार मानते...!

वाचकांनी या कवितेवर प्रेम करावं आणि जास्तीत जास्त प्रोत्साहन मिळावे ही अपेक्षा करते आणि माझ्या नवीन प्रवासाला एक स्वरूप देते....

धन्यवाद.....!

लक्ष्मी पांडुरंग रोकडे(आदलिंगे)

आई बाबा

स्वतःचे डोळे मिटेपर्यंत जी प्रेम करते तिला आई म्हणतात.

पण डोळ्यात प्रेम न दाखवता जो प्रेम करतो त्याला बाप म्हणतात.

या जगात आईबाप सोडले ना तर आपली कदर कोणालाच नसते हे मरेपर्यंत विसरू नका.

आई शिवाय घर अपुरा असत आणि बापाशिवाय आयुष्य अपुर असतं.

आईने केलेल्या जेवणाला कधीच नाव ठेवू नका कारण काही लोकांजवळ आई नाही तर काही लोकांजवळ जेवण नाही.

जगाच्या बाजारात सर्व काही मिळेल पण आईची माया आणि बापाचं प्रेम कितीही पैसे खर्च केले तरी मिळणार नाही.

आई-वडिलांसाठी कोण कितीही गोष्टी सोडा पण कोणत्याही गोष्टीसाठी आई-वडिलांना सोडू नका...

_ लाडकी लक्ष्मी

सहवास

सहवास चार दिवसाचा
वेड लावून गेला
जाता जाता डोळ्यांमध्ये
अश्रू ठेवून गेला
आयुष्यात नेहमीच तुझी
आठवण येत राहील
सुखाची किंमत तुझ्याशिवाय नेहमीच अधुरी राहील
का कोणी इतका जीव लावून क्षणात सोडून जातात
आठवणी मात्र वेदना बनून आयुष्यभर सोबत राहतात...

साथ

होता अंधकार सर्वत्र वाट एकटीच होती चालताना एकटच साथ कोणाची नव्हती अशात तुझे येणे झाले शुभ्र सहवास तुझा मन चांदण्यात नहाले पण सोबत तुझ्या जीवन सुंदर झाले..

प्रेम

करताना ते कळत नसतं आणि केल्यावर ते उमगत नसतं
उमगलं तरी समजत नसतं पण आपलं वेड मन आपलंच ऐकत
नसतं

प्रेमाची भावनाच खूप सुंदर असते ती फक्त त्या दोन जीवांनाच
माहित असते आणि लोक म्हणतात काय असतं प्रेमात पण मी
म्हणते करून बघा एकदा

काय नसतं प्रेमात. ? प्रेम हे सांगून होत नसतं....

मित्रांनो ते झाल्यावरच कळतं असतं दोन जीवांना जोडणारा तो
एक नाजूक धागा असतो दोन हदयाची स्पंदने एकमेकांना
ऐकवणारा एक भाव असतो

प्रेमाची परिभाषाच खूप वेगळी असते दोन शब्दात ती कधीच
समजत नसते म्हणूनच प्रेम हे असंच असतं पण ते खूप खूप
सुंदर असते...

भेट

तुझी माझी भेट झाली ज्या दिवशी जग सारे बदलले त्या दिवशी
पाहुनी तुझा तो चेहरा हौशी मन माझे राहिले ना माझ्या पाशी

सदानकदा तुझाच विचार जग तुझ्यातच घेरलं सार कोठून आलं
हे प्रेमाचं वारं गेलं उघडून मनाचं दार उघडइया मनाच्या दारापाशी
कशी खेळू लागले माझ्या मनाशी पाहुनी तुला मन माझे

आधी कधी असं ना घडलं मन एका विचारी ना रमलं बेधुंद
फिरणार पाखरू का तुझ्या भोवती फिरू लागल झेप घेण्यासाठी
या आकाशी कशी झुंजू लागली त्या वाऱ्याशी पाहुनी तुला मन
माझे ना राहिले.... पाहून तुला मन माझे ना राहीले.....

स्वप्न

क्षणोक्षणी आठवण यावी तुझी प्रत्येक स्वप्नात भेट व्हावी तुझी

तू दिसताच एकाएकी मन हरवावे सहवासात तुझ्या भान हरपून
जावे

आतुर तुझी एक झलक बघण्यासाठी प्रतीक्षेत मी तुझ्या
नजरेसाठी

तुझ्याविना अप्रकाशित हे तारे तुझ्या सवे मनोरम्य जीवन सारे

वाटे लाभो सहवास तुझा जन्मांतरी व्हावा तुझा जीव माझ्याच
अंतरी

संगतीत तुझ्या फुलावी स्वप्न नवी गंध प्रेमाचा पुरवीत तुझीच
साथ हवी

सवय

कोणाच्या इतक्याही जवळ जाऊ नये आपल्याला त्याची सवय
व्हावी तडकलेच जर हृदय कधी तर असह्य यातना व्हावी......
कुणाला इतकाही वेळ देऊ नये की आपल्या क्षणाक्षणावर त्याचा
अधिकार व्हावा अन एक दिवस आरशासमोर आपणास आपलाच
चेहरा परका व्हावा......

कुणाची इतकी पण ओढ नसावी की पदोपदी त्याची वाट बघावी
पण त्याची वाट बघता बघता आपलीच वाट दिशाहीन
व्हावी.......

तरीही मन म्हणते नाती अशी जपावी की त्यात मनाची मनाशी
जोड असावी नि भावावे असे की त्याला कशाची तोड
नसावी.......

मी पण

कोणत्या श्वासांवर मी विश्वास ठेवू जे कधीतरी मला सोडून
जाईल

कोणत्या नात्यांचा मी अभिमान बाळगावा जे नाते मी
स्मशानभूमीत पोहोचल्यावर सर्व तुटून जातील

कोणत्या संपत्तीचा मी गर्व करू जे शेवटी माझेच प्राण वाचू
शकणार नाही

कोणत्या शरीरावर मी गर्व करावा जो शेवटी माझ्या आत्म्याचा
भारही उचलू शकणार नाही..

कोणीच का समजत नाही......

शब्दात लिहिलेले दुःख कोणीच का जाणत नाही....

दोन शब्द जिव्हाळ्याचे कोणीच का बोलत नाही......

आपण एकटेपणात रडताना कोणीच का सोबत रडत नाही......

का असे होते नेहमी खरंच काही कळत नाही......

आपलेच सोडतात साथ आपली परकी कधी आपली होत नाही.....

कोणाला कितीही आपलं करा कोणीच कोणाचं काहीच लागत नाही.....

खरंच कोणीच कोणाचं काहीच लागत नाही...

मुलगी

एक तरी मुलगी पोटी असावी उमलताना बघावी नाजूक नखरे
करताना निहाळायला मिळावी

एक तरी मुलगी असावी साजिरी गोजिरी दिसावी नाना मागण्या
पुरवताना माझी तारांबर उडावी

पोटी एक तरी मुलगी असावी मॅचिंग करताना बघावी नटता
नटता आईला तिने नात्यातली गंमत शिकवावी

पोटी एक तरी मुलगी असावी जवळ येऊन बसावी मनातलं
गुपित तिने हळूच कानात येऊन सांगावी

पोटी एक तरी मुलगी असावी गालातल्या गालात हसावी
कधीतरी भावनेच्या भरात गळ्यात मिठी घालावी

पोटी एक तरी मुलगी असावी निदान सुनेच्या रूपात मिळावी
लेकीची कसर थोडी तरी तिने भरून काढावी

पोटी एक तरी मुलगी असावी......

नवरा

चारचौघात ये बायको अशी हाक मारणारा असावा

चिडल्यावर थोडं रागवणारा पण पुन्हा प्रेमाने जवळ घेणारा
असावा

ए बायको चिडू नकोस कर चिडल्यावर क्युट दिसतेस असं
बोलणारा असावा

तुझं माझं जमेना तुझ्या वाचून करमेना असं नवरा बायकोचं
नातं असावं

अतूट प्रेमाने एकमेकाची काळजी घेणारा असावा

कितीही संकट आली तरी काळजी करू नको मी आहे असं
म्हणणारा असावा

संसाराच्या गाडीची दोन चाकण म्हणजेच नवरा बायको नवरा
बायकोचं नातं असं असावं

कधी कधी तब्येत बरी नसली तर आईच्या मायेसारखं काळजी
घेणारा असावा

शरीराची भूक नाही तर प्रेमाची भूक भागवणारा असावा

नवरा आणि फक्त नवरा तुमच्यासारखाच असावा....

स्त्री

इतिहास सांगतो आमच्या स्त्रीनेच शत्रू तुडविला

लक्ष्मीबाईने झाशीचा किल्ला लढविला जिजाऊने राजा छत्रपती

घडवला महाराणी ताराबाईने महाराष्ट्र भूमीत औरंगजेब रडवला

स्त्री म्हणजे जन्मदाती

स्त्री म्हणजे संस्कृती

त्री म्हणजे नाविन्याचा वसा

स्त्री म्हणजे घराचं घरपण

स्त्री म्हणजे महान कार्य

अशा या स्त्रीशक्तीला मानाचा मुजरा.....

शाळा

शाळा सोडल्यावर कळते शाळेची गंमत काय असते
ती मजा मस्ती
कधी मित्रांशी कट्टी तर कधी असते दोस्ती

शाळेत दंगा आणि घेतलेला पंगा
शिक्षकांनी दिलेली शिक्षा
अरे देवा कठीण वाटे ही परीक्षा
डबा न खाता खाल्लेली ती बाहेरची वेळ
मस्त खेळलेले ते खेळ
शाळेत जावं पुन्हा जुन्या मित्रांसोबत मैत्रिणी सोबत गप्पा
माराव्या ते सुंदर दिवस आठवावे
जिथे गप्पा मारत होते त्या कट्ट्यावर बसावे
बेल वाजले की कोण पहिले पळत याची वाट बघावी
शाळा सुटली की तू मला थोडंसं थांब असं म्हणणारे एखादी
मैत्रीण असावी
शाळा सोडल्यावरच कळते शाळेची खरी गंमत काय असते....

बाप शब्द लिहिताना....

बापाची गाथा सांगते
ऐका ऐका माझ्या मित्र-मैत्रिणींनो
मला घडविण्यासाठी बाप किती खातो खस्ता...

सदा नशीब बापाशी
खेळ खेळत राहिला
बाप मोकाट होऊनी
घाव झेलीत राहिला...

फाटलेल्या सदऱ्याला
बाप ठिगळ लावतो
उसवलेल्या नशिबाला
बाप घामानं शिवतो...

बाप दुष्काळ झेलतो
उतरत्या दमावर
बाप सोन पिकवतो
अंगातल्या घामावर...

आयुष्याचा केला होम
त्याचे झिजले तन
तुझ्या कष्टाचा रुपया
मला कुबेराचं धन...

डोंगराहुनी उंच
माझ्या बापाचं कर्तृत्व
धर्मग्रंथापेक्षा श्रेष्ठ
माझ्या मायेच मातृत्व...

त्यांच्या घामाच्या थेंबाने
माझे आयुष्य घडले
बाप शब्द लिहिताना
माझी लेखणी रडली...

किती करावं बापाचं कौतुक आयुष्य संपलं पण बापाचं ऋण
फिटणार नाही...
बाप हा शब्द लिहिताना माझी लेखणी रडली माझी लेखणी
रडली......

दोन घरचा दिवा

एक घरची ती धनाची पेटी

दुसऱ्याच्या घरची लक्ष्मी

दोन घराचं दान तिच्या पदरात

तरीही ती परकी

माहेर क्षणात झालं पोरगी

जरी सासरे नाही हक्काचं

एक म्हणते दिल्या घरी सुखी रहा

दुसरी वेळ आली की म्हणतो तू तुझ्या घरी सुखी रहा

दोन घराचे दान तिच्या पदरात

तरीही ती परकी

एका घरात झाली ती हास्याचा झरा

दुसऱ्या घरी झाली हास्याचं कारण

सजवली दोन्ही घरे तिने

तरी ती परकी झाली

एका घरी दुःखात आधार ती

अन दुसऱ्या घरी दुःखावर फुंकर ती

जीव आणला चार भिंतीत तिने

तरी ती परकी झाली

एका घरी ती नाती जगली

दुसऱ्या घरी नाती जपली

घराचा वंश वाढवते ती

स्वतःचा जीव धोक्यात घालुनी

तरी ती परकी झाली

दोन घराचे दान तिच्या पदरात

तरी का मुलगी परकी होती.....?

माझं सोनुलं

जेव्हा माझ्या गर्भामध्ये
तुझी चाहूल लागली
उंच पाखरू होऊन
उंच आभाळात गेली...

जेव्हा माझ्या घरी
तुझे पहिले पाऊल पडले
आनंदाने मन माझे
मोरपीस ओहून गेले......

तुझे बोबडे ते बोल ऐकता
कान माझे तृप्त झाले
तुझ्या पावलांच्या चालीने
मन माझे वेडावले......

तुझ्या बाललीला बघताना
मन हरवून गेले
कलेकलेने वाढताना
बोबडे बोलही सरले

.....

आयुष्यात तुझी नित्य प्रगती होऊ दे आईचा आशीर्वाद हा सौख्य
तुला रे लाभू दे....

मागणे हे देवाकडे
सर्व सुख तुला मिळून
तुझ्या वाटेची दुःख
माझ्या पदरी पडू दे.....

संकटे आली जरी
कधी तुझ्या मार्गामध्ये
फुलपाखळ्यांचा रस्ता तुझा
काटे माझ्या मार्गामध्ये येऊ दे.....

ओवाळून जीव माझा
तुझ्या वरून टाकावा
तुला दीर्घायुष्य लाभाव
हे सारखं देवाकडे मागाव....

बहिण भाऊ

बहिण भावाचं नातं हे
उंदीर मांजरा सारखे असते
तुझं माझं जमेना आणि
तुझ्या वाचून करमेना....

बहिण भावाच्या नात्यात
भरभरून भांडणं असते
पण त्यापेक्षा जास्त माया
आणि काळजी असते...

बहिण भाऊ एकमेकांवर
खूप प्रेम करत असतात
पण कधीही दाखवत नसतात...

आपले हे बहीण भावाचे नात
दिवसेंदिवस घट्ट आणि अतूट होतं हीच नातं आयुष्याला जाऊ
हीच ईश्वरचरणी प्रार्थना करते...

शेतकरी

हाक ऐक ना माऊली
दे राजाला या सावली
भुकी लेकरा पोटी
माय पाण्यासाठी धावली.....

सारे दुःख पोटी धरूनी
माय परासंग रोवली
अंग कष्टकरी बाप हा
दान सोन्यावानी पिकवुनी.....

बळीराजा जन्म घेऊन
अश्रू दानासाठी गाळली
कमरेचे हात सोडून
लाव आभाळाला माऊली....

विराट 17 करोडात गेला
धोनी 15 करोडात गेला
अन जगाचा पोशिंदा मात्र झाडावर लटकून मेला
भारत कृषीप्रधान क्रिकेट प्रधान हाच मोठा प्रश्न पडला

शेतकरी जगला काय आणि मेला काय सांगा कोणाला फरक
पडतो

अरे एखादी मॅच तुम्ही
वावरात येऊन पहा
शेतकऱ्याची जिंदगी
शेतकरी दिवस जगून पहा

खेळाडू सारखी करोड नको
फक्त पीक मालाला भाव द्या
कृषिरत्न कृषी भूषण नको
फक्त शेतकऱ्याला मान द्या

फक्त आणि फक्त शेतकऱ्याला मान द्या......?

वेड प्रेम.....

होता एक वेडा मुलगा
तिच्यावर खूप प्रेम करायचा
तिची आठवण आल्यावर कविता करत बसायचा

कधी तिच्या केसात फिदा
कधी तिच्या डोळ्यात बुडायचा
कधी तिच्या ओठावर अडकायचा तर कधी गालावर हसू
आणायचा
नेहमी काही ना काही उपमा द्यायचा
आज परी आणि उद्या सरी........

प्रेम फक्त तोच करतो असे काही वागायचा
पेनाची शाई संपली तरी शब्द काही संपले ना
त्याच्या कविता तिला तो हट्टाने दाखवायचा
कवितेतील तीच तू अशी जाणीव मात्र द्यायचा

कविता तिला आवडली की वही मागे चेहरा लपवून खूप गोड
हसायची

कविता तिला कधीच समजली नव्हती कारण प्रेम फक्त तोच
करायचा

आज नाही त्याच्या आयुष्यात ती तरी तो कविता करतोय

एक आठवण म्हणून एक समाधान म्हणून

होता एक वेडा मुलगा
तिच्यावर तो खूप खूप प्रेम करायचा....

वेड ...

वेड तुझे मला
वेडा मी ठरलो
जिंकलीस तू तेव्हा
जेव्हा प्रेमात मी पडलो....

कोण काय म्हणेल
विचार नाही केला
आवडीचं सगळं सोडून
फक्त तुझाच नाद केला....

वेळ विरह वनवा
छळती माझ्या मना
आशिक तुझ्या प्रेमाचा
हाच माझा गुन्हा.....

वेड तुझे मला वेळ तुझे मला.....

मस्त आहे ना आपले मराठी 12 महिने

१) चैत्र निसतो

17 साइया

२) वैशाख ओढतो वऱ्हाडाच्या गाइया

३) ज्येष्ठ बसतो पेरीत शेती

४) आषाढ धरतो वरती छत्री

५) श्रावण लोळे गवतावरती

६) भाद्रपद गातो गणेशाची महती

७) आश्विन कापतो आडवे भात

८) कार्तिक बसतो दिवाळी खात

९) मार्गदर्शक घालतो शेकोटीत लाकडे

१०) पैषाच्या अंगात उबदार कपडे

११) माघ करतो झाडी गोळा

१२) फाल्गुन फिरतो जत्रा सोळा

वर्षाचे महिने असतात 12 प्रत्येकाची न्यारीच तरा

भावी भिडली हिंदू महिने

बारा महिन्याच्या बारा तरा.....

जिद्द

आतुरत्या डोळ्याचं स्वप्न आहेस तू
ह्या धडधडणाऱ्या हदयाची तार आहेस तू
तुझ्या डोळ्यात मी माझ अस्तित्व मिटताना पाहिले

माझा अधिकार नसेल तुझ्यावर पण या वेड्या मनाची जिद्द
आहेस तू
खूप नशीब लागतं मनापासून प्रेम करणारी व्यक्ती भेटायला
सगळे करतात म्हणून आपण करायचं नसतं
जर केलं तर ते पूर्णपणे निघायचं असतं
प्रेमात हसणं हे सगळ्यांना शक्य नसतं
कारण प्रत्येकाला ते सुख मिळत नसतं
जीव लागेनासा झाला कशात
तू आणि फक्त तूच असतो स सतत माझ्या मनात...
ह्या माझ्या वेड्या स्वप्नाची प्रेम कहाणी....

आठवण

सांजवेळी येणारी तुझी स्वप्न
रात्री डोळ्यांना ओलावून जातात
आठवणींच्या कवितेत तुझ्या
मनासही वेडावून जातात
अलगद सारे क्षण मग
नजरेसमोर येतात
पहिल्या भेटीची आठवण
हळूच करून जातात
भेटायला आता आतुर होते मन
परत गाठ आपली पडेल का रे पण..

मृत्यूचा तमाशा.....

बसले होते असंच एकदा
अचानक समोर आला यम.....
आत्ताच चल माझ्यासोबत
देऊ लागला मला दम.....

मी हडबडून त्याला म्हणले
असा अचानक आल्यास कसा...?
माझी लेकरं उघड्यावर पडतील
वेळ तरी दे मला जरासा....

ऐकून माझं बोलणं यम खदाखदा हसला....
तुझ्याविना कोणाचं नाही अडत
चल दाखवतो मी तुला.....

नको नको म्हणत असताना
त्याने प्राण माझा घेतला होता.....
आत्मा तिथेच घुटमळत होता
तमाशा मृत्यूचा पाहत होता.....

सारे नातेवाईक जमा झाले
त्यात काही दुश्मन पण होते.....
खूपच चांगला माणूस होता
माझ्या नावाने गळा काढत होते.....

माझ्या मुलांची अवस्था बघून
मला खूप गहिवरून आल...
काय होईल माझ्या विना
उगाच असं वाटू राहिलं....

माझ्या जाण्यानंतर लगेच
संपत्तीच्या वाटण्या झाल्या
वादावाद काही गोष्टी हमरी तुम्ही वर गेल्या....

मी लाडाची लेक समजत होती ती आईची दागिने घेऊन
बसली....
आता कशाला लागणार तुला
हिश्यासाठी आडून बसली.....

सगळ्यांचं वागणं बघून
जीव माझा तुटत होता...
खरं दुःख नवर्‍यालाच असा माझा भ्रम होता...

शिरून तिच्या मनात मी
ऐकलं तिच्या मनातलं.....
यांचं करून थकले
आता जरा कुठे निवांत.....

म्हटलं मी यमाला लवकर
घेऊन चल इथून मला ....

नवऱ्या करताच राहत होते अजून
आता तरी स्वर्गात नाही मला....

आई

वापस ये तू आई

होतो मला उशिर

लागे तुला फिकीर

मायेचा पदर पडेल विसर

थांब ना ग आई जाऊ नको दूर..........

हट्ट नाही करणार मी कशाचा

थांब ना ग आई नको करू घाई

माझ्यासाठी तरी कीमान वापस येना ग आई........

आकाशातल्या ताऱ्यांनो

का रे बघता टकामका

आठवण येते आईची

अश्रू येते टपाटपा......

तूच आमचं लिहिणार म्हणायची भविष्य

तुला सोडून कसं काढावं आयुष्य

आई उठना काय म्हणते ताई नको जाऊ सोडून

वापस ये ना ग आई........

या जगात माझी तू सर्वकाही

तुझ्यासारखं या जगात कोणी नाही.......

माझी पहिली गुरु तू आई

तुझी जागा कोणीच घेऊ शकत नाही.........

मी पहिलं पाऊल टाकत होते तेव्हा तुला वाटायची नवलाई.....
कोण आता गाईल माझ्यासाठी अंगाई.......

थांब ना ग नको सोडून जाऊ वापस ये आई......

वापस येना ग आई.......

तुझा सहारा

चल ना पाहू तो नदीचा किनारा विसरूनी हदयातला दुःखाचा
कोपरा

आपलं मन आहे बावरं
विसावलेल्या त्या रात्रीचा सहारा

आपल्या नशिबी कुठे ग प्रेमाचा समुद्र किनारा
प्रत्येक दुःखा च्या वळणावर मिळतो मित्रांचा आसरा

मनात येता आठवणींचा मेघ हसरा
क्षणातच थैमान घालतो तुझा चेहरा

चल ना पाहू तो नदीचा किनारा
विसरूनी हदयातला तो दुःखाचा कोपरा....

प्रेम

प्रेम कधीच अधुर राहत नाही
अधुरं राहतो तो विश्वास
अधुरा राहतो तो श्वास
अधूरा राहतात त्या फक्त आठवणी
अधुन्या राहतात वाट पाहिलेली वेळ
अधुरं राहतं एकमेकांना लावलेला जीव
अधुरी राहते एकमेकांना प्रेमाची जाणीव केलेली
अधुरं राहतं न व्यक्त करता आलेले प्रेम
अधुरं राहत एकमेकांना समजून घेणे

अधुरी राहते ती कहानी
राजापासून दुरावलेली एक राणी.....

मला वाटतं.....

मलाही वाटतं थोडं तुझ्यावर प्रेम करावं
तुझी ओव्हन नाहीतर तू माझा आहेस म्हणून जगाव.....

मलाही वाटतं तुझ्या डोळ्यात मी स्वतःला पहावं
प्रेमाने तुझ्या हाताला बिलंगुन कुशीत बसावं.....

मलाही वाटतं दूर तुझ्यासोबत चालत जावं
शांत ठिकाणी बसून तुझ्यासोबत मनमोकळ्यापणाने गप्पा
माराव्यात तुझ्या हातात हात घेऊन खांद्यावर डोकं ठेवून प्रेमाचे
दोन शब्द बोलावे......

मलाही वाटतं तू फक्त माझाच असावं
तुझ्या डोळ्यात फक्त आणि फक्त माझंच अस्तित्व दिसावं....

मलाही वाटते थोडं तुझ्यावर प्रेम करावं....

निस्वार्थी प्रेम.....

मनापासून केलेल्या एकतर्फी प्रेमाततही एक वेगळंच समाधान
असते

त्यात स्वतःसाठी असे काहीच नको असते
ज्याच्यावर प्रेम केलं ती व्यक्ती जिथे असो तिथं सदैव खुश
असो
ही एकच अपेक्षा अगदी शेवटपर्यंत असते

एकतर्फी प्रेम म्हणजेच ती आपली नाही होऊ शकणार तरीही
तिच्यावर खूप प्रेम करायचं....

माहेर म्हणजे काय......

बाहेर म्हणजे काय

तिचा तो साठा मायेच्या सावलीचा उत्सव माऊलींच्या गोडव्याचा

आधार तो आपल्या नात्यांचा...

माहेर म्हणजे काय

ऋण बंधनात बांधलेल्या आपुलकीचा

बापाच्या हदयातील काळजाचा

भावाला बांधलेल्या रेशमी धाग्यांचा......

माहेर म्हणजे काय

आईच्या हाताचा गोडवा लाडवाचा

बहिणी सोबत घातलेल्या गोंधळाचा

कट्टी बट्टी तो खेळ जिवलग मैत्रिणीचा.....

माहेर म्हणजे काय

भिंतीवर कोरलेला एक एक रेषेचा

अंगणातील खेळलेला खेळ बाहुल्यांचा

रहस्य तिच्या खुदुखुदू हसण्याचा.....

माहेर म्हणजे काय

तिच्या भारवलेल्या मनाला सावरण्याच एक घर आणि आनंदाचा

तो क्षण

अन तिच्या विसाव्याचे एक घरट इथेच तर खरी मायेची ऊब
असते यालाच तर माहेर म्हणतात....

कागद पेन आणि कविता म्हणजेच माझं स्वप्न"

हा काव्यसंग्रह मी माझ्या काही अस्तित्वाचा कवितासंग्रहातून केला आहे.

माझे हे पुस्तक प्रकाशित करताना मला खूप खूप आनंद होत आहे.

माझ्या बरेचशा कविता मी माझ्या अस्तित्वा वर केले आहे. काही कविता जिवलग नात्यावर आहेत.

काही कविता वास्तवाचं भयंकर दर्शन घडविणाऱ्या आहेत.

काही कविता स्वतःवर काही काल्पनिक आणि सरळ साध्या सोप्या शब्दातच मांडलेले आहेत.

माझ्या कविता तुम्हाला नक्कीच आवडतील, अशा काही ओळी अभिव्यक्तीच्या बाबतीतही, हृदयाला भेटणार आहेत.

या कवितासंग्रहात संवाद साधणाऱ्या कविता आहेत. माझा हा पहिला काव्यसंग्रह प्रकाशित करणारे रोहिणी डाके(आदलिंगे) हिचे मी मनापासून आभार मानते.

हिने केलेल्या अथक प्रयत्नामुळे मार्गदर्शना मुळे मिळाले आणि माझ्याबद्दल असलेल्या आपुलकीमुळे हा काव्यसंग्रह (अर्थात)(माझं स्वप्न) पूर्ण होऊ शकल.

धन्यवाद!